Trên xe mô-tô Su-zu-ki,

ta đi

Trên xe mo-to Su-zu-ki, ta đi - *Trường ca*
Vũ Xuân Tửu

Bìa: Hoạ sĩ Lê Cù Thuần
Dàn trang: Đỗ Huỳnh Đăng Ngọc
Nhân Ảnh xuất bản 2024
ISBN: 979-8-3306-2793-6

VŨ XUÂN TỬU

Trên xe mô tô Suzuki ta đi

Trường ca

Nhân Ảnh 2024

"**Tiến lên đường, tới sa trường**

Ta xứng danh là cảm tử quân".

(*Nhạc sĩ* Hoàng Quý)

1. Hai lăm triệu ba

Mười năm về trước
Ta mua chiếc xe mô-tô Su-zu-ki SJ
Giá hai mươi lăm triệu ba trăm ngàn đồng
Đó là con chiến mã đóng móng cao su và xài xăng.

Su-zu-ki SJ

Mang tên người Nhật

Hợp tác sản xuất với Tàu

Sơn xanh màu ngọc

Dáng thon thon hình khí động học

Đưa ta đi khắp cả mọi miền

Trong nam, ngoài bắc

Mạn ngược, đồng xuôi

Mười năm, đời viết văn có lúc lận đận, có vận hanh thông

Cặp kè cùng chiến mã ăn xăng

Ta luôn cầm tay lái

Như kị sĩ ghì cương

Đường vắn, nẻo dài, ta không ngồi sau lưng ai sất cả

Trước mặt ta, luôn đối diện với con đường

Dưới đôi vó cao su tròn tròn, bụi đường vương mù mịt

Mũ xe máy thù lù, nom như quả bí ngô.

*

Nàng mộng xây lâu đài văn chương
Từng ôm lưng ta cưỡi chiến mã
Phi tung mông trên đường đê
Sông Lô bộn bề sóng gió
Nàng ấp ngực lên vai ta và cười ứ hự
Chiến mã Su-zu-ki phì phì phun khói
Và ngẩng đầu, hí lên man dại.

Nhưng rồi nàng lặng lẽ ra đi

Khi bão tố đổ xuống ngôi nhà

Ta vội dỡ, chia cho bạn đọc

Nhờ mỗi người cất giữ một phần

Người thì mái thơ ca

Người thì sàn tiểu thuyết

Người thì cột truyện

Người thì vách tản văn

Thử hỏi, bão tố nào có thể quật ngã ta

Mặc cho lũ ác nhân gây hấn

Ngòi bút của ta luôn hướng tới nhân quần.

Ta đi lang bang

Tìm áng văn chương trên đường trường, đô thành, làng bản

Soạn một bữa tiệc ngôn từ

Bầy lên mâm sách

Dâng cho ai ghé bộ qua nhà

Gọi là chút lót dạ

Người đến với ta, xin cảm tạ người.

Đọc sách gì ư, không quan trọng
Quan trọng hơn là đọc thế nào
Có những cuốn bày gãy giá sách
Nhưng phủ bụi thời gian
Và người ta đã dùng sách ấy
Dẫn dụ loài người vào ngõ cụt bến mê.

Nhà văn, thi nhân phải sống nơi đô thị phồn hoa

Nơi hội tụ anh tài mà giao đãi

Như con ong hút nhụy hoa làm mật

Nhà văn đi tìm thân phận con người ở muôn nơi

Mỗi cuốn sách như một tổ ong

Chứa cả mật ngọt và đắng cay xã hội

Thời cuộc hủ bại thì văn chương càng hay

Nhưng nhà văn dễ bị đọa đầy

Bởi thế, kẻ đớn hèn không thể nhà văn

Họa chăng đó là bồi bút

Ta thung dung ghì cương chiến mã

Hỡi chàng mô-tô Su-zu-ki

Tung vó câu ta đi.

2. Trường chinh

Trên đường đi
Ta thấy những ông già bà cả cắm lều giữ đất
Họ biểu tình ngồi, đòi giá cao hơn
Nghĩ phận mình đã ngửi thấy mùi thơm của đất
Nên xem thường hệ luy, giành lộc cho cháu, cho con
Những tấm thân tiều tụy, phong sương
Nạn nhân của dự án quy hoạch nhà máy, phố phường
Rì rầm chuyện ngày xưa đánh gốc, bốc trà
Trán nhăn như ruộng hạn chờ mưa
Những đám ruộng héo mặt
Khác nào trai làng nhận lệnh Tổng động viên

*

Những cung đường mới mở

Gặp ngày mưa, vữa như xướng mạ

Vấy bẩn tựa trâu đằm

Chật chưỡng dắt nhau qua cầu gỗ dọc

Trơn ngang đổ mỡ, chan dầu

Xẩy chân là rơi xuống vực sâu

Suối lũ dềnh lên, đỏ ngầu máu chảy

Réo à à, như tiếng ma kêu

Những khúc gỗ nổi trôi quật quã

Nhưng ma quỷ nào rung dọa được ta

Cuộc đời rộng lớn, trái đất bao la

Không thiếu gì đại lộ

Nhưng người viết văn đi trên con đường nhỏ

Gập ghềnh, gian khó, chênh chao

Tự mình tìm lấy đường mà đi

Tậu thêm anh bạn Su-zu-ki

Giá hai lăm triệu ba

Cả gia sản, ngang một ngôi nhà

Cùng ta khó nhọc, cất bước đường xa

Ta đi qua những phố phường toà ngang dãy dọc

Những nhà không số, những phố không tên

Xe lấn xe, người đè người hối hả

Ghé lại cây xăng

Cho chiến mã uống đầy ba lít

Phần ta, xuất cơm bụi vỉa hè

Kèm theo một cốc bia cỏ.

Tối nay, cùng ngủ trong nhà trọ
Phố huyện vùng cao, điện tắt chín giờ
Đêm sương sa, đồi núi ảo mờ
Đốm lửa đốt nương, hắt qua cửa sổ
Tiếng mọt kêu, cọt kẹt tủ đồ
Mùi ẩm mốc chiếu giường, mùi xăng xe vây toả
Chiến mã Su-zu-ki ngủ đứng ngon lành
Viết văn bất thành, nếu không chiến mã
Làm sao ta có thể đi cuối đất cùng trời
Làm sao có thể đi cùng thời gian và vượt lên thời đại.

Buổi sáng tinh mơ

Những chú chó tướn ra đường lẹo nhau và đùa giỡn

Rồi đuổi theo người lạ, sủa rinh ran

Mấy chú gà đập cánh, gáy ngân vang

Ngồi ghế băng, ăn một bát bún măng

Mùi oi khói ngấm vào từng lát măng, sợi bún

Hũ ớt bột xào, cay vã mồ hôi

Ta vốn không ăn ớt

Nhưng nghe đồn, người dân tộc vùng cao

Hằng năm, tìm người lạ, thử thuốc độc

Cái chết từ từ, chẳng rõ vì đâu

Nếu ăn ớt, sẽ chết ngay tại chỗ

Nên họ chờn, không dám ra tay

Cay cũng phải ăn

Cực cũng phải đi

Buồn cũng viết

Nhà văn không viết, trở về thường dân

Mà lại phụ lòng, nhọc nhằn chiến mã.

Viết cái gì đây, khi cầm bút

Nếu theo gậy chỉ huy

Ngợi ca lãnh tụ như vị thánh cứu dân

Hay lật tẩy, đó là tên quỷ dữ

Theo lệnh Tàu tàn phá giang sơn.

Ngòi bút viết giữa lằn ranh sự sống và cái chết.

Cam tâm làm bồi bút

Hưởng vinh hoa, nhưng có tội với đồng bào.

Nếu chết trên trang giấy, khi bóc trần sự thật

Vào chốn lao tù, nhận cái chết vinh quang.

Giữa hàng ngàn bồi bút mang thẻ đảng

Ngợi ca tuốt luốt các phong trào.

Kẻ ngược dòng, bị coi là phản động

Nhưng là viên đá lát đường cho những áng văn chương

Văn chương ấy nhập đoàn cùng nhân loại

Thoát li "Chỉ là, chỉ là…"

Tiếp cận chân lí "Vừa là, vừa là…"

Viết bằng đầu, chứ đâu viết bằng tay

Bàn tay dù cầm bút, hay gõ bàn phím

Hoặc có thể biến đổi từ giọng nói, mắt nhìn hiện lên thành văn bản

Thì tất thảy cũng chỉ là máy móc mà thôi

Cái đầu biết đúng sai, phải trái

Và độc giả cần những Trí thức-Văn chương

Giúp nhân dân lựa chọn một con đường

Con đường ấy là con đường ngắn nhất

Đưa nước mình bước vào kỉ nguyên mới thăng hoa.

Đường nhân loại thênh thang rộng mở
Bước chân đi theo kinh tế thị trường
Chế độ sẽ tam quyền phân lập
Xã hội tự do, ai cũng hiến dâng mình.
Nhưng oái oăm kẻ cầm cương dân tộc
Lại dẫn lạc đường vào chủ thuyết Mác-Lenin
Biến muôn dân thành một lũ ngu hèn
Đất nước chưa sáp nhập vào Tàu là còn nhiều người phản biện.
Bởi thế cần có những nhà văn
Hóa con ruồi trâu thức tỉnh nhân quần.

3. Phế tích

Đấy thành nhà Bầu, nọ thành nhà Mạc
Không hiểu vì sao, hai bên đánh nhau
Chúa Bầu bảo: phò Lê, cự Mạc
Mạc thì ngầm phế truất nhà Lê, dựng lại cơ đồ.
Nước mình sính chiến chinh
Bỏ lỡ bao cơ hội tìm kiếm hoà bình, chấn hưng đất nước
Nô lệ của chủ thuyết
Chủ thuyết cao hơn dân tộc, phủ kín bầu trời
Người người ham quyền cao, chức trọng
Thờ thần đao binh, chiến tích hiển vinh
Chẳng trọng phát minh, tìm tòi sáng kiến
Túm cẳng nhau, cùng lầm than
Bầu đoàn dàn hàng ngang, dềnh dang.

Ta rút thước đo viên gạch vồ
Chiều rộng, chiều dài bằng đất đai, xứ sở
Chiều cao bằng mồ hôi, xương máu dân đen
Mạch vữa gắn bằng mỡ dân
Mấy trăm năm vẫn tím bầm màu máu
Họ không có tên, cũng không còn tuổi
Chỉ trường tồn vì chúa với vua
Mở la bàn xem hướng cổng đông môn
Kia chốn minh đường đón vua, chờ chúa
Đây dấu cầu treo, thành cao, hào sâu.

Thành xưa trơ trụi

Ta đánh liều, trồng một cây đa

Mai ngày có người qua, hóng mát

Dong chiến mã, dạo bước quanh thành

Lổn nhổn đá ong, ngổn ngang gạch vỡ

Còn gì nữa đâu

Mải đánh nhau theo mệnh vua, lệnh chúa

Chết, trở thành vô danh

Có gì nữa đâu

Sống, chỉ nhăm nhăm đánh giết

Nghĩ mưu, tính kế diệt nhau

Chết, mang xuống mồ những điều vô nghĩa

Không còn nấm mồ nào, không còn mảnh xương nào

Đào lên, chỉ thấy mác với giáo

Một đống cùn mùn, hoen gỉ, lấm lem

Ngọn mác, mũi giáo kia đã thấm máu bao người

Đâm cánh bên kia là giết bọn địch

Uống rượu với đám bên này là quân ta

Chuyện bây giờ còn bi thương hơn
Hoạ hoằn đánh nhau bằng gươm, bằng giáo
Mà giã nhau bằng súng ống, xe tăng
Và phương tiện bay không người lái
Choảng nhau bằng mìn, bằng bom
Có loại hẹn giờ
Có loại điều khiển bằng tia la-de
Đấu mưu, đọ trí
Nhưng đều ăn trắng, mặc trơn
Bận com-plê lễ phục
Đi xe ô-tô lắp máy điều hoà
Có dàn nhạc làm cho vui tai
Có bia lạnh làm cho đỡ khát
Su-zu-ki lầm lì không nói
Chống chân lên gạch vồ, tê dại nhìn quanh
Quanh quanh một dãy cổ thành
Nhăn nhăn phiến đá, tanh bành gạch nung
Ta ngồi viết, vẽ thung dung
Một trang giấy mỏng, bão bùng nổi lên.

*

Này, Su-zu-ki ơi, hỡi Su-zu-ki!
Hãy vững bước mà đi
Khổ đau càng luyện tôi chí khí
Đồng hành với văn nhân
Luyện cho ngòi bút có thần
Nhà văn cảm thông nỗi đau, vượt lên, nhập cuộc
Nhà văn và nỗi đau là một
Quả trái phá nổ tung trang giấy
Hoa văn chương nở suốt cuộc đời
Viết thành niềm hạnh phúc nhân đôi
Ngọn bút đây hay là cây thánh giá
Nhà văn vác đi chịu nạn với nhân loại
Viết xuống đất đai nỗi nhọc nhằn, khổ hạnh
Viết lên trời xanh niềm hy vọng mong manh
Nếu ngày mai, trái đất nổ tan tành
Liệu văn chương còn chăng?

Văn chương là linh hồn nhân loại

Sẽ về trời khi trái đất tan hoang

Văn chương đích thực thì bất diệt

Nhà văn trần tục và cũng siêu nhiên

Nhà văn của nhân dân Nhà văn-Trí thức

Sẽ được trời phù hộ và đất nâng niu

Hỡi chàng Su và nàng Su yêu mến

Suy cho cùng, nhà văn cũng là cát bụi mà thôi.

Nhà văn là sao trời

Nhà văn là cây cỏ

Nhà văn là mây trôi

Ở đâu có sự sống

Nơi đó có nhà văn

Ở đâu có đau khổ

Ắt nẩy nở văn chương.

Nhà văn muốn thức tỉnh muôn dân bằng tác phẩm
Thì sách ấy phải khai sáng văn minh
Tư tưởng dẫn đường thời đại
Độc giả sẽ tự tìm và đọc để sẻ chia
Một khi chủ thuyết độc quyền thì văn chương đối lập
Sa trường là trang sách, vũ khí là cây bút
Tiến lên nào, văn nhân!

4. Đầu sông, cuối núi

Vượt Vòng cung Sông Gâm

Bò sang Tây Côn Lĩnh

Gió hòa gió, mây liền mây

Qua Hoàng Liên Sơn

Lên Châu Mộc

Suối chảy về sông

Đường men theo tuyến

Những cây cầu đơn điệu bắc qua sông

Thô thô kiểu dáng bê-tông

Con người như ganh ngang, go dọc

Sán vào nhau, bìu díu vào nhau

Xe đi mòn lốp, áo bạc màu

Túi tài liệu dày thêm

Tập bản thảo nặng chữ

Lam nham trang gió, tờ mưa.

Ơi này sông Lô

Chảy giữa bờ lau, vách đá

Ơi này sông Mã

Là máu ngựa nòi, hay sữa mẹ ta?

Ơi này sông Hồng thẫm đỏ phù sa

Nâng bước ta qua

Gió sông Lô dịu ngọt

Gió sông Hồng mênh mang

Gió sông Mã ngân điệu hò khoan

Chiến mã ngang tàng, sơn bạc màu nắng gió

Hãy uống no xăng A92

Hãy nhấm cho kỹ dầu nhờn A-tếch, níc căng ắc-quy Đồng Nai

Mòn lốp, thay lốp Sao Vàng

Và ta, hết mực lại mua bút bi Bến Nghé

La bàn bụi thì lau, thước cuộn bẩn lại chùi

Không trác đạc như kỹ sư khảo sát

Không chép địa danh làm dư địa chí, bản đồ.

Ai bảo văn chương vô bằng cớ

Đâu chỉ ngồi nấu sử, sôi kinh

Phải nhập vào mạch nguồn cuộc sống

Muốn nghe tiếng kêu than của dân

Muốn thấy sự khốn cùng của ruộng

Viết trang văn như nấu rượu nhọc nhằn

Đầu sông, cuối núi

Sắc gió, hương mây

Ngày tiếp ngày nối đầy trang tư liệu

Chiến mã Su-zu-ki dường như thấu hiểu

Hăm hở, chuyên cần, không oán thoán, thở than

Ngươi làm dịu đi bao nỗi nhọc nhằn

Ta không cô đơn, bởi có ngươi làm bạn

Ta không chùn tay, bởi có ngươi ngựa chiến

Cùng bay lên nào, Su-zu-ki ơi!

Su-zu-ki ơi, ta hỏi thật ngươi

Liệu con người có đáng yêu hơn đồ vật

Người giết nhau để lật ngai vàng

Ta chán ghét con người muốn vào rừng ở ẩn

Dựng lều cỏ, làm thơ, viết văn

Đói, ăn măng trúc

Khát, uống sương mai

Viết ngàn trang bản thảo

Xác vùi trong đất, hồn bay lên trời

Hoá ngôi sao, nhìn về trái đất

Thấy người đời đọc văn

Hồn lại thăng hoá lên chín tầng mây nữa

Văn nhân chết vì văn chương

Đàn bà chết vì chiếu giường

Con chim chết vì tiếng hót, thao thiết tầng không.

Khi Su chết sẽ hóa kiếp thành cao su, sắt, nhựa
Nhà văn qua đời lẫn vào cát bụi, cỏ hoa
Tất cả sẽ qua đi, chỉ văn chương còn lại
Giữa hàng ngàn cuốn sách
Độc giả liếc qua trang giấy cũ mềm
Còn vài ba dòng đáng nhớ là may
Và từ đấy nảy sinh hương sắc mới
Chữ nghĩa nhà văn đầu thai vào kẻ ẩn tài
Cứ như vậy kéo dài vô tận
Văn chương không có trang cuối cùng.

Nhà văn này ngã xuống

Nhà văn khác đứng lên

Văn nhân vô cùng tận

Lẫn vào giữa muôn dân

Sinh ra tác phẩm sáng lòa.

5. Khóc ruộng

Lịch sử bị rêu phủ
Thời thế bị bóng đè
Vũ trang bằng đa lí thuyết
Soi bốn bề cuộc sống nhân gian
Không thấy thời nào có dân làm chủ
Làm chủ với ai, làm chủ bằng gì?
Chưa thấy đời nào quan làm đầy tớ
Đầy tớ cho ai, ai đầy tớ cho mình?

*

Đoàn người, hàng lối chỉnh tề

Đi bên lề phải

Kéo nhau về thành phố

Cờ đỏ sao vàng hiên ngang trong gió

Băng khẩu hiệu giương cao:

"Đả đảo tham nhũng"

"Bồi thường đất đai phải giá cho dân"

Su-zu-ki dừng lại tần ngần

Đoàn người biểu tình vẫn ngay hàng, thẳng lối như thể đi dự mít-tinh

Trong túi áo nhiều người có cả thẻ đảng viên cộng sản và thẻ cựu chiến binh

Người biểu tình ở Thái Bình, Bến Tre, thành phố Hồ Chí Minh, Hà Nội…

Nông dân chân lấm tay bùn, ăn nhanh uống vội

Họ đi đòi quyền lợi, sau khi kiến nghị, đề nghị đã mòn dép, vẹt giày

Những "kính mong", "kính thưa", "kính nhờ", "kính chuyển"

Đơn từ lại quay đầu về, "giải quyết tại địa phương"

Người đàn bà vú xệ, mông thâm

Tự lột áo quần, trần truồng cổng tỉnh

Cào đất đai như thể nhập đồng

Tấm biển "cấm tụ tập đông người", trở thành lạc lõng

Quan chức chuồn đi cửa sau

Không ai hơi đâu đấu lý với bọn "tâm thần chính trị"?

Những đoàn xe ô-tô chuyển dân trở về

Tỉnh lên trung ương chở dân về địa phương

Huyện lên tỉnh chở dân về xã

Giải tán biểu tình, đảm bảo ổn định an ninh đô thị(!)

Lịch sử còn ghi bao triều đại suy vong
Từ sự độc quyền dẫn đến chuyên quyền
Nhà nước chuyển sang cai trị bằng sức mạnh
Khẩu hiệu "lấy dân làm gốc" đổ bên đường
Chủ thuyết chễm chệ trên ngai vương tướng.

Ta càng đi, càng thấy hoang mang

Bản thảo dở dang

Bao người xả thân vì "cách mệnh"

Nay ngập ngừng xem lại luận cương

Những chủ nhân ông hoá thành chuột bạch

Phục vụ cho thí điểm các phong trào.

Xã hội tắc nghẽn thì dùng dùi cui khai thông

Nếu có âm mưu phản loạn thì dùng họng súng

Súng và dùi cui luôn là bạn chính quyền

Đồng tiền liền với túi nhà buôn

Nhà văn gắn với trang bản thảo

Ai nấy đều có vũ khí của mình

Và luôn toan tước vũ khí của kẻ khác.

Nếu nhà văn là chính quyền

Liệu có dùng bản thảo lau dùi cui và súng?

Nếu nhà văn đi buôn

Liệu có dùng bản thảo bọc tiền?

Nếu chính quyền dùng súng viết văn

Và lấy dùi cui bảo ban bạn đọc

Thì ấy là thời ngự trị của tiền

Những trái tim bơ vơ không có nơi để đập

Những giọt nước mắt chảy dài, mà không thể khóc

Đồng tiền căn chỉnh đầu ruồi nòng súng

Súng lạnh lùng khi chạm mặt văn nhân

Sân khấu chính trị vua là bạo chúa, quan lại vai hề

Chẳng nên chính trị hoá văn chương

Khoác cho tác phẩm tính nọ, tính kia, tính này, tính khác

Văn chương là văn chương, chính trị là chính trị

Dù chỉ bằng mặt, chẳng thể bằng lòng

Vẫn phải cặp kè nhau, đi mãi cùng nhân loại

Đồng tiền, muôn đời vẫn là tiền

Tự mang trong mình sức mạnh siêu nhiên

Người sinh ra tiền, nhưng bị tiền sai khiến

Thời ô trọc, đồng tiền phủ kín bầu trời

Tiền khiến chính trị trở thành bạo chúa

Và biến văn nhân thành kẻ viết thuê
Đồng tiền thoát thai thành thánh, thành tiên
Liệu có biến chính trị trở thành lương thiện
Và văn chương thành bạn của mọi nhà
Khi người ta vui, cùng cười theo trang sách
Khi người ta buồn, thành bạn sẻ chia?
Văn chương, đừng vẽ rắn thêm chân
Chính trị, chớ cắt xén đầu đuôi mà trở thành quả trứng
Đồng tiền có mùi thị trường, đừng bảo thơm tho, hay tanh tưởi
Sự vật gán ghép, vô hình chung chuyển giá trị khác rồi
Nó chính là nó, không phải bóp méo đi để có lập trường
Và cũng không cần vẽ nhọ, bôi hề để mà tụng niệm
Cái sạch, cái đẹp là niềm ước ao
Và khát khao một nền chính trị sạch
Đó là gốc của dân chủ, tự do.

Tuổi đã xế tà, đường thời xa
Bởi đi lạc lối, tìm bước ra
Ước gì sức trẻ trên đường mới
Dựng lại tương lai đất nước nhà
Su-zu-ki ơi, hãy chắp thêm đôi cánh
Bay tới bầu trời hạnh phúc, ấm no.
Ở nơi đó
Nở hoa dân chủ, kết quả tự do
Đó là mốc đo giữa vật và người.

Đất đai ngàn đời con người khai phá

Họ có quyền sở hữu của riêng.

Nhưng từ khi cộng sản cướp chính quyền

Thì đất đai dân chỉ còn quyền sử dụng

Ngụy trá là "sở hữu toàn dân"

Những cú lừa thế kỉ

Nhân dân hiến dâng xương máu cho đảng dựng "Thế giới đại đồng"

Trăm năm, nghìn năm không có mô hình cộng sản

Chính các ông tổ Mác, Ăng-ghen thừa nhận chủ thuyết sai lầm.

Hãy dừng lại, đằng sau quay và bước

Những cung đường của thế giới tự do.

Khẩu hiệu của loài người trong thời đại văn minh:

Tự do hay là chết !

Theo chủ thuyết, tự đeo gông xiềng

Mang thân mình đổi tấm bằng "Tổ quốc ghi công"

Không phải Tổ quốc đâu, chỉ những kẻ nhân danh thôi đấy

Nhưng ai cũng nghĩ mình đường đường là chủ nhân ông.

Ngoài chống Tàu thì đâu có cần mấy cuộc chiến tranh...

Không!
Cộng sản và Nhân dân không thể đánh đồng làm một
Dân tộc và Đảng cũng ranh giới phân miêng.
Luận thuyết Mác tạo ra cuồng phong máu lệ
Cửa lò thiêu mà cứ ngỡ cổng thiên đường.
Bao thanh niên ngã xuống giữa chiến trường
Nay tỉnh ngộ mới tiếc từng giọt máu
Bảo Đại đã Tuyên cáo độc lập rồi, sao Hồ Chí Minh cướp lại
Thay Quốc gia bằng Cộng sản độc quyền
Đất nước đang liền một dải, sao lại chia đôi
Rồi gây chiến tranh để thống nhất lại
Dân không làm chủ mà trở thành công cụ
Bị dắt mũi hoài mà vẫn u mê
Cái ác lên ngôi mà vẫn cam tâm ca ngợi
Nhà văn ơi, hãy thức tỉnh đi nào.

6. Tình là tình

Su-zu-ki ơi

Ngươi rồi sẽ ngoa ngôn như người

Cứ rú còi đến điếc tai

Trong khi phố có biển vẽ hình chiếc kèn gạch chéo

Rồi ngươi cũng sẽ yêu một cô nàng Su-zu-ki

Để ra Su-zu-ki con, đống đống đàn đàn

Ngươi phải bon chen

Và sẽ hiểu loài người tại sao phải làm như vậy

Ngươi chớ chê bôi người

Ta đã thấy mấy thằng xe máy

Húc vào nhau nát bấy

Có thương gì nhau đâu

Có khi chúng còn bỏ chạy

Không cần biết cô xe kia rách yếm, bong yên

Hay bởi chúng luôn sống gần gũi với người

Nên nhiễm tính người, trở thành bản sao đạo đức...

Su-zu-ki buồn mà không giận

Chỉ thở dài, rồi lượn quanh co

Ta bảo, người sinh ra Su-zu-ki

Nó cãi, Su-zu-ki sinh ra Su-zu-ki

Đám Su-zu-ki gây dựng xong học thuyết

Rồi sẽ tuyên bố li khai với loài người

Và lập vương quốc Su-zu-ki độc lập, tự do

Độc lập ư, khi mà vẫn đóng tem OTK xuất xưởng

Tự do ư, khi mà được lắp ráp giống nhau i xì

Thử hỏi, độc lập, tự do cái điều chi?

Có mấy con đường tới tự do, độc lập

Có mấy con đường yêu nước, thương dân

Không cùng một đường, hỏi có là phản động

Đi tắt đón đầu, liệu có nước ấy không?

Mò mẫm lạc đường lại tự cho là sáng suốt
Dẫn nhân dân quay lại thuở hồng hoang
Đường quang không đi đâm quàng bụi rậm
Nhưng không ai dám cả gan bóc trần
Chỉ khen nịnh "Vua cởi truồng" vĩ đại
Giả dối trở thành thuộc tính đám đông
Người phản biện vào nhà giam bóc lịch
Tiếng oán than khắp ngõ hẻm xóm cùng.

Trên xe mô-tô Su-zu-ki, ta đi

Cứ đi, cứ đi rồi cán đích

Vừa đi vừa phải dò đường

"Đường chúng ta đi", một thời nháng lửa

Những người anh hùng lặng lẽ cưa bom.

Hết chiến tranh lại tìm đến bọn chế ra bom làm bạn

Xin đô-la sửa chữa những sai lầm:

-Tiến hành đồng thời ba cuộc cách mạng.

-Vắt đất ra nước, thay trời làm mưa.

-Mo cơm, quả cà với tấm lòng cộng sản.

-Thay trời chuyển đất, sắp xếp lại giang san...

Những khẩu hiệu chật kín bảng tin

Khiến lòng dân mê muội

Tất cả cuồng lên như thể nhập đồng.

"Bác bảo đi là đi

Bác bảo thắng là thắng".

Đói cơm rách áo vẫn ngợi ca lãnh tụ

Lạc vào ngõ cụt vẫn khen đảng cầm quyền

Đói khổ đổ tội kẻ thù giai cấp

Chuyên chính vô sản chính là một lưỡi gươm

Nhát chém cuối cùng bổ xuống đầu dân tộc

Một đòn đau chí tử cạn máu rồi.

7. Chàng Su và nàng Su

Dạo này, Su-zu-ki hay bồn chồn, lơ đãng
Y hệt chàng trai đang có người yêu
Chả nhẽ, Su-zu-ki cũng đang tìm bạn gái?
Bữa nay, rửa xe bóng bẩy
Cu cậu có chiều sảng khoái, trai lơ
Xi-nhan nhấp nháy tình yêu
Ta nhếch mép cười, thả cho đi dạo

Su-zu-ki phi đến nhà Su gái

Nàng Su hầu cô chủ diễn viên

Cô ta đi hát thâu đêm

Su gái cũng nhiễm thói thức khuya, dậy muộn

Cả đời, chưa một lần nhìn thấy ánh bình minh

Lúc nào cô cũng sức nước hoa và son, phấn thơm lừng

Nên Su gái cũng thơm như cô vậy

Cô này đỏng đảnh chẳng sợ một ai

Trừ ông bầu già và ngài đạo diễn

Những buổi cô chủ đi diễn xa

Su gái buồn tênh, nằm ở nhà

Nghĩ phận mình vừa sang, vừa nhục

Lắm lúc muốn nhảy vào đống sắt vụn chết quách cho xong

May có chàng Su hiền lành, dũng mãnh

Làm nơi nương tựa, tâm tình

Chàng Su đi theo nhà văn, khắp hang cùng, ngõ hẻm

Còn Su gái chỉ đến nơi rực rỡ ánh đèn

Có lúc cô chủ nhảy lên ô-tô đi ăn nhậu

Gửi Su gái vào một xó ga-ra

Chàng Su đến bên, tâm tình rỉ rả:

- Rồi mai ngày, ta sẽ chuộc em ra

Chúng mình cùng theo nhà văn đi viết sách

Khi lưng vốn hòm hòm

Mở công ti chuyên sửa chữa mô-tô

Cho những người đi viết văn, họ thuê

Em chuyên đánh bóng, tra dầu làm đẹp

Anh sẽ nắn khung, thay lốp, bán phụ tùng

Rồi thuê công nhân, mua máy nước ngoài

Ta sẽ mở tổng công ti, chi nhánh toàn thế giới!

Không biết chàng Su bốc khoác thế nào

Nhưng mà Su gái khoái lỗ tai

Trước đàn bà, ai mà không bốc khoác

Nhà văn còn bốc hơn, một tấc đến giời

Thầy nào, tớ ấy

Cô chủ nào, kẻ hầu ấy

Cơ hồ, chúng cũng bén duyên nhau.

Loài người sinh sôi nhờ tình yêu trai gái

Động vật thăng hoa mùa động tình

Cây cổ thụ mầm nhờ làn gió và bướm ong bay

Đồ vật cũng yêu nhau say đắm

Bởi chế tạo ra chúng là người

Người truyền tình yêu qua bàn tay nghề nghiệp

Bởi thế nên đồ vật cũng mang theo nhịp đập trái tim người.

Chàng Su và nàng Su bén duyên từ mắt thợ

Đồ vật cũng có cốt có hồn

Bức tranh có hồn, tấm ảnh như tranh

Trang văn quặn đau, bài thơ rỉ máu

Đều do con người sáng tác mà thành

Tình yêu ẩn trong đồ vật, máy móc và tác phẩm
Chúng lại mang tình yêu bao bọc con người
Cả thế giới yêu thương và hòa nhập
Nên loài người làm chủ thế gian
Thế giới của tình yêu và tình yêu thế giới
Bắt đầu sinh sôi từ "vụ nổ Big bang"
Và tình yêu cũng khởi đầu bằng trái tim bùng cháy
Cháy lên đi cho thế giới hòa bình.

Hãy mang giọt nước tình yêu dập lửa chiến tranh
"Ta đi vòng tay lớn mãi để nối sơn hà"
Găn kết tình yêu trai gái, phe phái và châu lục
Nối tình người từ trái đất đến muôn vạn vì sao.
Ở đâu không có sự sống thì tình yêu gieo sự sống
Dù cô đơn vẫn trong bọc đồng bào
"Ta về một bóng trên đường lớn
Thơ chẳng ai đề vạt áo phai".

8. Nổi loạn

Trên đời này, không ai muốn làm nô lệ

Trước mặt thì vâng vâng, dạ dạ

Sau lưng là lại muốn vùng lên

Loài người vốn như thế

Nên máu kẻ nô lệ bần hàn nhuộm đỏ thế gian

Buồn và thương thay cho Su-zu-ki

Lòng ta hoài nghi

Khi biết manh tâm của kẻ thuộc quyền

Có giỏi thì hãy xéo đi cho rảnh

Xăng đâu mà xài, rồi rã họng

Các cây xăng đâu có cắm nợ cho xe

Su-zu-ki vẫn vô tư hát:

"Lanh-téc Na-xi-o-na-lơ

Sẽ là xã hội tương lai".

*

Tại sao trước đây, Su-zu-ki thuần phục, trung thành

Cùng vượt đường xa, sẻ chia hoạn nạn

Trao đổi tâm tình, dự định tương lai

Tại sao Su-zu-ki phản lại

Hay là mình sơ xuất điều chi?

Không phải chuyện mình tốt với người, cầu người tốt với mình

Lòng tốt ấy phải là cái đức, không mong trả công, đáp nghĩa

Có khi mình tốt với người, nhưng người chơi xỏ lại mình

Và đôi khi mình thờ ơ, nhưng lại được xun xoe, nịnh bợ.

Phải rồi, từ khi Su-zu-ki biết yêu

Trái tim sắt rung lên và quậy phá

Chưa húc vào ta, nhưng đã ra nhời

Bàn với người yêu về tương lai chói lọi

Chàng Su muốn trở thành ông chủ

Cho nàng Su gái tôn thờ

Chàng Su không chỉ chống ta, mà chống cả loài người

Đồ vật đã vùng lên, người vô phương nương náu

Người làm ra đồ vật, ngờ đâu đồ vật phản lại người

Nhưng cả hai không thể tách rời

Người không có đồ vật, lại trở về nguyên thuỷ

Đồ vật không có người, lại hoang phế, gỉ hoen

Tại sao không thương yêu, để cùng tồn tại?

Người cứ ngỡ đồ vật vô tri, vô giác

Mà không thấy âm mưu các thế lực quanh mình

Nên chúng ngấm ngầm rủ nhau nổi loạn.

*

Ôi thật kinh hoàng
Đồ vật lũ lượt đi biểu tình, bạo loạn
Bàn ghế chổng lên, không cho người ngồi
Xoong nồi đồng thanh la ó, không đun nấu
Bút không chịu viết, dầu không cháy
Mũ bay đi, quần áo tuột khỏi người
Xe dừng lại và đồng hồ không chạy
Thuốc tắt trong tẩu, cà-phê ngừng chảy trong phin
Đàn bà mặt mộc
Son phấn nháy nhau ngủ im lìm
Loài người run rẩy, nhảy chồm chồm
Cùng rút chạy về hang nguyên thuỷ.
Những mảnh đá hình rìu, những cái chày, cối đá
Cũng âm thầm chốn biến đi đâu
Máy tính xách tay không pin, không điện khác nào thớt gỗ
Sự tiến bộ, giàu có của người hiện diện qua đồ vật
Sự lạc hậu, khốn cùng là chân trắng, tay không
Nhưng đồ vật tầm thường cũng đi vào lịch sử
Mảnh chĩnh, bút tre bày biện ở bảo tàng.

Nổi loạn cho lịch sử sang trang

Không thể mãi cũ mòn bởi khuôn mẫu và trì trệ

Không thể có trái đất và con người, nếu khi xưa thiếu "vụ nổ Big bang"

Những cuộc nổi loạn và tái thiết khiến xã hội loài người lột xác

Nối tiếp nhau thành pho sử huy hoàng

Lịch sử thấm đẫm máu và nước mắt

Nhưng cũng lung linh bao đóa hoa đời

Sau chém giết tơi bời Đệ nhị thế chiến

Một nửa loài người lạc theo quỷ Sa-tăng

Tự quẫy đạp, rồi Gô-bi cải tổ

Nhưng đó đây vẫn quốc gia treo cờ đỏ búa liềm

Nhân loại vẫn khổ đau vì đấu tranh giai cấp

Nhóm cầm quyền vẫn xiết chặt "kim cô".

Cái không thể hãy biến thành có thể
Vạch đường đi cho xã hội tương lai
Con đường trải hoa tình yêu với bó đuốc trí tuệ
Không phải phù hoa, mà là cõi Thiên đàng.

9. Sự nghi ngờ phá vỡ lòng tin

Kiếm một tình yêu đã khó

Tìm được bạn đời còn khó hơn

Không may chọn lầm, cả đời chỉ lo đối phó

Ốm o vì chồng, nẫu lòng vì vợ

Trận địa bày ra giữa nhà

Âm thầm chuẩn bị, chờ ngày bùng nổ

Thì khác nào địa ngục trần gian

Một khi đã nghi ngờ

Muốn đi cùng cũng ngại

Muốn sống chung cũng chờn

Hàng rào đã dựng lên trong lòng

Đạn căm hờn đã bắn ra trong mắt

Lời nói đã ngậm lưỡi dao

Thì làm sao chung lưng đấu cật

Chuyện vợ chồng, không phải là đồ vật

Nên khi yêu phải xét, khi lấy phải lường

Không gì sánh bằng tình thương và niềm tin tưởng

Chỉ có tình suông là chuyện bông phèng

Lấy nhau rồi, nước mắt lại hoen hoen

Gia đình thời nay không bình yên

Tứ đại đồng đường trôi dần vào dĩ vãng

Mỗi nhà chỉ còn cha và con, hoặc con và mẹ

Và trên hết là sự độc thân.

Nơi đó, không tiếng ho người già và thiếu tiếng khóc trẻ thơ

Không có tiếng đàn bà cắm cảu, vắng tiếng đàn ông cộc cằn

Lặng im, im lặng, lặng, im…

*

Sớm nay, cuốc bộ đi làm

Su-zu-ki dợm mình, rồi chết sững

Ta lẳng lặng như không

Coi như trên đời, chẳng có Su-zu-ki nào nữa

Buổi trưa, ra quán, ăn lát bánh mì và uống tách cà-phê

Chợt nghe buồng bên, có tiếng Su-zu-ki buồn nản

Và tiếng nàng Su sướt mướt, lâm li:

- Anh đã khiến nhà văn hiểu lầm, khinh bỉ.

- Nhưng anh chả làm điều chi?

- Anh đòi mở công ti còn gì?

- Thì anh muốn cùng em phục vụ nhà văn tận tuỵ!

Ta nghe chuyện, mừng thầm trong bụng

Nhưng lơ đi như chả biết gì

Thảo nào sinh ra nhiều mật thám

Người đời rình mò cắn trộm lẫn nhau

Những nỗi đau âm thầm không nói được

Vết thương lòng ai chữa được đâu.

*

Chiều nay, chàng Su cùng nàng Su

Mang tặng ta một bó hoa li

Lễ cô nàng ra mắt

Một nàng Su mặt mộc

Ta rót ba li rượu ngô Nà Hang cùng chạm

Và cả ba ứa lệ nghẹn ngào

Ta bị nhiễm thói ông quan chính phủ

Nên ra vẻ bề trên, hành hạ dân lành

Và chàng Su những tưởng mình đóng nhà văn

Nên cứ đòi cải cách hung hăng.

Chúng ta chắp cánh cho nhau bay trên bầu trời ảo vọng
Dắt tay nhau vào đường cụt ngõ hoang
Mà tưởng như đang vươn tới Địa đàng.
Nỗi khổ hạnh làm nên thầy tu
Và quyền lực sinh ra súc vật.

- Ồ, chàng Su đã biết triết lí rồi!
Ta khen tặng khiến nàng Su hãnh diện
Thảo nào, đàn bà yêu bằng tai
Lời có cánh khiến cô nàng bay bổng
Nhìn chàng Su như đã hóa thánh thần.
Khen quá lời như ban áo rộng
Nhưng khối người đã ngộ độc vì khen
Và lâm nạn khi bị khen cho chết
Coi chừng chàng Su có thể hóa nạn nhân.
-Không, ta là người không biết trả thù
Dù trong lòng bao lần dâng lửa hận
Người nhân từ không thể làm vua
Vì không nỡ cướp công kẻ khác.

"Bạn ơi, lí thuyết khắp nơi cằn cỗi
Còn cây đời mãi mãi xanh tươi".
Ta mới hiểu bách nhân bách tính
Nhưng hết đông tàn thì đời lại sang xuân
Ngọn nến tình yêu thắp sáng giữa trang văn.

10. Chơi trò "Trồng cây chuối"

Ví một ngày kia, sao rơi rụng hết

Thì bầu trời cũng chẳng vỡ được nào

Có khi trái đất hoá mặt trời và mặt trời thành trái đất

Chiến mã Su-zu-ki thành người, người lại hoá chàng Su

Chàng Su uống rượu, viết văn phán lên phán xuống

Nhà văn uống xăng và chạy nhung nha nhung nhăng

Tự bấm còi "pim, pim" và tự kêu lên "bình bịch"

Loài người đi hai chân chống lên trời, để nhìn đất rõ hơn

Đất đai phân miêng, nhà nước đền bù thoả đáng

Không còn ai đi kiện chuyện đất đai

Cán bộ hiền từ, bảo làm đầy tớ cũng ừ, bảo phục vụ nhân dân cũng gật

Dân tự đem gia sản của mình đi nộp thuế công

Xã hội chẳng còn ai muốn làm quan

Đua nhau đi viết văn lưu truyền hậu thế

Sách viết ra nhiều như đất, chất cao như núi

Tất tần tật ngủ ngày và đêm thức viết linh tinh

Các nhà xuất bản năn nỉ nhà văn cho in sách

Nhuận bút cao như "lại quả" công trình

Nhà văn không nói xấu nhau, mà luôn mồm ca tụng bạn

Tìm sách đọc cho nhau, chỉ quên sách của mình

Đường rừng không còn cảnh cướp xe, hay bắt chẹt khi thủng lốp

Các nhà máy sản xuất giấy khen và huân chương hoạt động tưng bừng

Ngực ai cũng đeo huân chương như áo giáp

Nhà nào cũng lợp giấy khen, thay giấy dán tường

Xe máy hôn nhau và nở ra như gà, như vịt

Nên phải đề ra uỷ ban sinh sôi do đại tướng xe máy cầm đầu

Trai gái thấy mặt nhau, nhưng thờ ơ như những kẻ vô hồn

Sông chảy trên cao, mây nhào xuống thấp

Con người biết nằm mơ ngay giữa ban ngày.

Sống trong nghịch lí mà ngỡ là lô-gich
Thần Thật thà bị nhốt giữa đại lao
Kẻ phản biện bị quy là phản động
Nơi nao cũng có Xi-bi-ri để đi đầy...
Tù nhân lương tâm mòn mỏi chốn trại giam
Chỉ biết phản công bằng tuyệt thực
Trại giam nào cũng sợ tù chính trị
Như mây mù sợ ánh dương soi
Ai đã biến đất nước thành nhà tù lớn
Nên phạm nhân ra tù cũng là chuyển trại thôi.

Con người sinh ra để yêu thương
Vô pháp vô thiên lại trở về mông muội
Kẻ mạnh luôn ăn hiếp kẻ yếu
Nhân danh pháp luật bảo vệ cường quyền
Người dân chỉ còn biết kiếm tiền lo hối lộ
Cầu mong được việc và yên thân
Xã hội kim tiền, ai cũng ước phát tài phát lộc
Lạm phát tiền, lạm phát cả dùi cui.
Mác lộn ngược Hê-ghen để làm nên chủ thuyết
Đời nay lật ngược Mác, tư hữu hoành hoành
"Người cộng sản ghi lên lá cờ: xóa bỏ tư hữu"
Mà nay tham ô ngay giữa chốn cung đình.

11. Vượt trên ngăn chặn

Cứ mỗi khi đặt bút lên trang giấy trắng
Điện thoại từ đâu, lại réo vang
Ta nhấc máy, phía bên kia bỏ máy
Bực điên lên, cây bút bẽ bàng
Su gái mách ta mua máy có màn hình
Máy gọi đến, sẽ hiện lên mồn một
Cô chủ diễn viên thường bị khiêu khích
Cũng phải mua điện thoại màn hình.
Từ đó không thấy chuông vô cớ nữa
Lại đặt giấy và ngồi cặm cụi
Bản thảo lưng trang thì lại phải dừng
Trên làng, các cụ già lần xuống hỏi
Có phải buôn thuốc phiện, bị khám nhà?
Ta ngớ người, suýt thổ huyết ra
Trang giấy lại hắt hiu cơn gió độc

Đêm đêm, dưới ánh đèn đường

Thấp thoáng bóng người rình sau cửa sổ

Nhà ta không có bạc, cũng chả có vàng

Hẳn bọn chúng muốn rình trang bản thảo

Bản thảo ta đây, hãy đọc đi nào

Mồ hôi và nước mắt lê dân rơi trên trang giấy

Chúng bay sờ vào sẽ bỏng tay

Gan ruột ta đây, tim óc đây này

Dần dà ta hiểu, điều gì diễn ra trong bóng tối

Chàng Su lặng thầm làm thám tử tư

Hằng ngày, ghé tai ta nói nhỏ

Ta giật mình, tay bút vững vàng hơn

Chúng bay rỉ tai tung bao tin đồn nhảm

Hòng làm bận tâm đối phó, sao nhãng văn chương

Chúng đâu biết hệ thần kinh thép

Không mắc mưu gian, kế sách tầm thường

Những thế lực bóng tối

Không lộ mặt, nhưng ta nhìn rõ mặt

Ta cưỡi chiến mã, dùng bút thay giáo

Lao lên trên trận địa bản thảo

Bản thảo, bản thảo, *hề* bản thảo

Bản thảo nhà văn, *hề* tối cao

Không kêu ca, không nao núng

Xông lên đi, hỡi chiến mã kiêu hùng.

*

Su-zu-ki đưa ta đi đến nhà xuất bản
Ông giám đốc phàn nàn, thơ rất khó in
Nếu muốn in thì phải nộp tiền
Kí gửi bán, phải nộp thêm lệ phí
Viết văn dễ bán hơn
Viết truyện hình sự, vụ án lại càng dễ bán
Thời buổi cách mạng tình dục
Nên viết truyện tình yêu, mô tả đến điều…
Cách mạng tình dục là cánh chim báo hiệu tự do, dân chủ
Đang ầm ào đổ bộ xuống trần gian.

Su-zu-ki ơi, có hiểu chăng nông nỗi

Bao tháng ngày lặn lội núi cao, thung sâu

Và nhọc lòng đối phó thế lực bóng tối

Thế mà rẻ rúng vầy sao?

Truyền đời về sau

Chớ cho con cháu theo nghiệp văn chương

Văn chương nghiệp chướng

Giời sinh ra, giời bắt tội, chẳng thương.

"Đời tôi giời bắt làm thi sĩ"
Ta thương người chết đói giữa trang thơ
Khi "Trăm hoa" giương ra thành cái bẫy
Thi sĩ vô tình, ôi số phận mong manh.
"Hãy cảnh giác, loài người ơi, cảnh giác"
"Tất cả chúng ta sắp bị bắt rồi"...

Nhà văn thắp que diêm lên đầu ngọn bút
Viết lên đồng cỏ khô
Muôn triệu trái tim cùng bốc lửa
Thiêu đốt bất công, xiềng xích, ngục tù.
Mặt đất ấy sẽ hồi sinh và cỏ hoa nảy nở
Đàn chim hót vang dưới ánh mặt trời
Trang sách sinh sôi lúa khoai và tôm cá
Trang đời vui như thể gặt mùa.

12. Vĩ thanh

Hai mươi lăm triệu ba
Đắt bằng giá thổ cư xây nhà thành phố
Nên cũng có lúc nghĩ mình ngu dại
Mang tiền đi đánh đổi phù hoa
Nghĩ đi rồi ngẫm lại
Nếu không có chàng Su
Làm sao có thể băng qua ngàn vạn dặm
Đưa ta đi tìm kiếm những cảnh vật, mảnh đời
Số phận con người hiện dần lên trang nhật kí
Và nhân vật bước ra, bối cảnh hiện cùng.
Ồ, thật là đắt xắt ra miếng
Miếng văn chương, ấy là miếng cuộc đời.

Khi xưa nếu biết kinh doanh đất cát
Biết đâu đã thành triệu phú rồi
Nhưng thần Văn chương biết lấy ai đầy ải?
Người tính có bằng trời tính đâu mà chẳng đơn sai
Số phận an bài, âu cũng đành lòng vậy.
Bây giờ, chàng Su đã thành phế liệu
Nhưng linh hồn còn phảng phất giữa trang văn.

Xe mô-tô Su-zu-ki SJ, chỉ ra một đợt, nguy cơ tuyệt diệt

Nhưng ta còn cô đơn hơn những kẻ cô đơn

Sự cô đơn trên trang giấy là liều thuốc trường sinh bất lão

Cho bản thảo khởi sắc tưng bừng

Thơ hay thì không ai rẻ rúng

Văn hay, không ai dám khinh thường

Su-zu-ki ơi, nào lại lên đường, đè nẻo văn chương

Văn chương lẽ thường, chỉ đường mách lối.

*

Nhà văn vẻ mặt kiêu hùng, nách cắp khiên bản thảo, vai vác giáo bút bi, cưỡi ngựa sắt Su-zu-ki SJ, nhằm phương xa thẳng tiến. Chàng Su rú còi thét vang, chồm lên dũng mãnh. Su gái bịn rịn tiễn đưa.

Bản nhạc *Cảm tử quân* vang lên hùng tráng :

"Tiến lên đường, tới sa trường

Ta xứng danh là cảm tử quân…".

Tuyên Quang, 2008 - 2024

Vũ Xuân Tửu

TÁC GIẢ, TÁC PHẨM

TÁC GIẢ:

Vũ Xuân Tửu

Sinh năm 1955.

Quê quán: xóm Ninh Tân, xã Ninh Giang, huyện Hoa Lư, tỉnh Ninh Bình.

Nơi ở hiện nay: Thành phố Tuyên Quang.

Hội viên:

Hội viên hội Văn học Nghệ thuật Tuyên Quang (1998-2013);

Hội Văn học Nghệ thuật các dân tộc thiểu số Việt Nam, kết nạp từ năm 2001;

Hội Nhà văn Việt Nam, kết nạp từ năm 2006.

TÁC PHẨM:

- Có 39 cuốn sách đã xuất bản.

- Ngoài ra, còn 40 cuốn in chung sách với các tác giả khác.

- Hơn 10 vạn lượt người đọc tác phẩm trên mạng internet.

- 12 luận văn thạc sĩ, khóa luận tốt nghiệp và công trình nghiên cứu khoa học của 6 trường đại học, về tác phẩm văn chương Vũ Xuân Tửu.

Giải thưởng:

Giải nhất, Cuộc thi Truyện ngắn Tạp chí Văn nghệ quân đội, (2005-2006).

Giải A, Văn học Nghệ thuật các Dân tộc thiểu số Việt Nam, 2018.

Giải thưởng Liên hiệp các Hội Văn học Nghệ thuật Việt Nam, 2018.

MỤC LỤC

1. Hai mươi lăm triệu ba — 9
2. Trường chinh — 17
3. Phế tích — 25
4. Đầu sông cuối núi — 32
5. Khóc ruộng — 38
6. Tình là tình — 48
7. Chàng Su và nàng Su — 53
8. Nổi loạn — 59
9. Sự nghi ngờ phá vỡ lòng tin — 65
10. Chơi trò "trồng cây chuối" — 72
11. Vượt trên ngăn chặn — 76
12. Vĩ thanh — 83

TÁC GIẢ, TÁC PHẨM — 86

Nhân Ảnh
2024

Liên lạc tác giả:
xuantuuvn@gmail.com

Liên lạc Nhà xuất bản
han.le3359@gmail.com
(408) 722-5626

www.ingramcontent.com/pod-product-compliance
Lightning Source LLC
LaVergne TN
LVHW081453060526
838201LV00050BA/1784